மலரட்டும் மனிதநேயம்

மா. நந்தினி

புக் வெஞ்சர்ஸ்

மலரட்டும் மனிதநேயம்
ஆசிரியர் ©மா.நந்தினி

முதற்பதிப்பு 2021
பக்கங்கள் 80

Published by Book Benchers 2021

ISBN 978-93-91423-22-3

ThebookBenchers@gmail.com
Contact 9944992571

Afflicated By
Aelay Publish
www.aelaypublish.com

முன்னுரை:

வாசிப்பால் வாழ்வை உணர வந்த வாசகர்களுக்கு அன்பு வணக்கங்கள்.

உலகம் அழியாமல் உயிரோடும், உயிர்ப்போடும் இருக்க வேண்டுமானால், அறிவாற்றல், ஆளுமை, அதிகாரம் கொண்ட மனிதர்களைவிட அன்பு, கருணை, இரக்கம் கொண்ட மனிதர்களே தேவை.

ஒரு மனிதன் அறிவாளியாக இருக்கலாம். ஆளுமை உடையவனாக இருக்கலாம். அதிகாரம் படைத்தவனாக இருக்கலாம். எல்லாம் இருந்தும் அவனிடம் மனித நேயம் இல்லாவிட்டால் தான் நினைத்த எதையும் அவனால் சாதிக்க இயலாது.

மனித நேயத்தின் மூலமே இறைவனை காண முடியும். உயர்வான ஒழுக்கம், உன்னதமான பண்பாடு, அவலக்குரல் கேட்டால் துடித்து எழும் மனித நேயம், ஆன்ம நேயம், அத்தனை நற்பண்புகளோடும் உலகம் வியக்கும் வாழ்க்கை வாழ்ந்து வழிகாட்டினார்கள் நம் முன்னோர்கள். ஈ, எறும்பு, புழு, கூட துன்பப்படக் கூடாது என்ற எண்ணம் அவர்களது மனதில் மேலோங்கி இருந்தது.

மரம் வளர்ப்போம் மழை பெறுவோம்.
காடு செழித்தால் நாடு செழிக்கும் என்கிறோம்!
மனித குலம் செழிக்க.... தழைக்க...
மனித நேயம் வளர்ப்போம்.

-மா.நந்தினி

தொகுப்பாளர்

இவர் பெயர் மா.நந்தினி.
இவர் கணினி பொறியியல் படிப்பு படித்து வருகிறார்.
கோவையில் வாழ்கிறார்.
கவிதை எழுதுவதில் ஆர்வம் மிக்கவர்.
இவர் நிறைய கவிதைகள் படைத்துள்ளார்.
பல்வேறு நூல்களில் துணை ஆசிரியராக இருந்திருக்கிறார்.

இவரது மின்னஞ்சல்: nandhini00308@gmail.com

உள்ளடக்கம்

எண்	தலைப்பு	எழுத்தாளர்
1	தெளியாத மனம்	நாமக்கல் செந்தில்
2	எ(இ)ங்கே மனிதநேயம்	இரா சதீஷ்குமார்
3	மனித நேயம் வளர்ப்போம்	க.சௌபர்ணியா
4	மனம் மட்டும் போதும்	ஆ.நித்ய கல்யாணி
5	வளர்த்துவளர்வோம்!	சந்தியா முரளிதரன்
6	அன்பின் மாற்றுரு மலரட்டும்	பாரதி பாஸ்கி
7	சுவர்களும் பாலங்களும்	ஸ்ரீராம்பாபு
8	தேவைதான் பேரிடர்	பாக்யா சிவக்குமார்
9	மனிதநேயத்தை காப்போம்	நெல்லை சதிஸ்
10	மனிதன் மாறிவிட்டான்	மு.பெருமாள்
11	அகமது விழி இதுவே	சக்திவேல் மாரியப்பன்
12	காப்போம்மனிதநேயம் ஒழிப்போம் மிருகத்தனம்	வி. அபிஷா
13	இயற்கையின் படைப்பே மனிதன்	மாலதி ராமதாஸ்

14	மனங்களில் மலரட்டுமே மனித நேயமாண்பு	கவி சு.நாகவள்ளி
15	மனிதத்தின் சாரல்	தே.ஷாரிகா
16	எது மனிதம்	மு. துர்கா தேவி
17	புல்லின் தாகம்	Balaji M
18	சாதி வேண்டாம்	வெ.நந்தகிருஷ்ணா
19	அறம் செய்ய பழகு	ரேவதி பால்மாணிக்கம்
20	வன்முறை கெட அன்பு வழி நட	ப.சிவபிரகதீஷ்
21	மனிதநேயம் காப்போம்	த. அருணா
22	மனிதம் அறிவாய் மனிதா!!	சு. சிவனேஸ்வரன்
23	அன்பு ஒன்றே அருமருந்து	ர. ரமேஷ்
24	மனிதனாய் உணர்!	காவியா செங்கொடி
25	எங்கே மனிதநேயம்	கவியருவி பா.சரவணன்
26	மீட்டெடு மனிதா	Maryam Ahamed Jeelani sikkander
27	துன்பத்தில் துளிர்விட்ட மனிதநேயம்	நந்தினி
28	மனிதம்	மணிராஜ். பா

29	மனிதநேயம் வளர்திடு	கவிஞர் கவின்குமார்
30	மறைந்திருக்கும் மனிதம்	உயிர்த்தெழு நதியா
31	மனிதம் வெல்லட்டும்	V.S KAARTHIKVEL
32	மனிதம் உணர்கையில்	சி.பவித்ரா
33	இனி ஒரு விதி செய்வோம்	பா.பிரியன்பாபு
34	மாண்புமிகு மனிதநேயம்	திவ்ய தர்ஷினி ர
35	ஒத்தாசையும் ஒத்த காசும்	P.Rithika
36	மனித நேயம்	கவிமணி இரஜகை நிலவன்
37	நாயும் நானும்	இராகுல் கலையரசன்
38	நேசமும் துளிர்விடுமே	மாயாதி
39	உயரட்டும் மனிதம்	ச.த. ரேணுகா
40	மனிதத்துவம்	A.NARMADHA
41	மனிதரின் மனித நேயம்	மு.ஹர்ஷினி
42	எங்கே மனிதநேயம்	அபினேஷ்
43	மனிதம் காக்கும் மனிதநேயம்	ஜோ.கோபிநாத்
44	மனிதநேயம் தேடல்	ஜெயஸ்ரீ சுப்ரமணியன்

45	கலங்கரை விளக்கம் போல்	மயூரம்
46	மாற்றம் பிறக்கட்டும்	சு. கோகிலா
47	மனிதனின் நேயம்	சரண்யா தேவி குமரவேல்
48	மனிதமென்னும் மந்திரம்	Kesavarthini Kalaiselvi
49	முகமூடியில்லா நான்	நர்மதா.சு
50	சாதி மதமில்லா சமூகம்	Lopamudra panda
51	குழந்தையின் மனிதநேயம்	சதிஷ்
52	வாழட்டும் மனிதம்	கவிதை தமிழச்சி
53	அன்பால் வெல்வோம்	செ.சினேகா
54	மனிதம் நிரம்பட்டும்	பூவை செல்வா

கவிதைகள்

தெளியாத மனம்

சிந்தனையை.....
சிதைத்து, சிரிப்பை மறந்து....
தன்னையே புதைத்து,,,,,
என்னி ல் நானே மறைந்து,,,,
மனிதா , பித்தனை போல சுற்றித்திரியும் என்னை......
ச்சீசீ பைத்தியகாரன் பட்டம் சூட்டி......
பாதையில் சொல்லி செல்கிறார்கள் ,,,,,
என் நிலை தெரிந்தும்,,,,,,
என்னை காயப்படுத்த ஆயிரம், ஆயிரம் உயிர்கள்
தேடிவந்து
கேலிசெய்கிறது,,,,,
தெரிந்தா நான் புலம்புகிறேன்,,,,,
தெரியாமலே நான் கத்துகிறேன்,,,,,
புரியாமல் சுற்றுகிறேன்,,,,
புரிந்த பின்பும் அலைகிறேன்,,,,,
தெளியாத என் புத்திக்கு அழியாதே பெயராம் சைகோ,,,,,,
என்று சதையெல்லாம் காயம் பட்டு,,,,,
மனதெல்லாம் மருந்து போட்டு,,,,,
மனிதத்தையே மறந்தால் தானோ
மரணம் அது வழிவிடுமே,,,,,
மனிதநேயத்தின் மறு பிறப்பாக நீ சுத்தமாக
மீண்டும் பிறந்து வா
என்று பலர் சாபத்தோடு செல்கிறாயே......

-நாமக்கல் செந்தில்

எ(இ)ங்கே மனிதநேயம்

இயந்திரமாய் மாறி விட்ட
இவ்வுலகில் இன்று
மனித இதயம் மிக இறுகி தான்
போய் விட்டது

எம்மை படைத்து காத்து
நிற்கின்ற இரு கண்ட
தெய்வங்கள் ஒன்று தாய் ,
இன்னொன்று பூமி தாய்

அன்று மனிதன் தாயை,
பூமியை பூசித்து பலன் கண்டாண்
இன்றைய மனிதன் அதை தூசித்து
துயரம் கொள்கிறான்

இன்று மனித நேயம் வாழுமே
ஆனால் அது இருப்பது
மழழைகள் சிரிப்பிலும்
அவர்களின் அழுகையில் மட்டுமே

அன்பின் ஒற்றை சாட்ச்சி
உன் சந்தோச/துக்க தருணத்தில்
நீ விடும் கண்ணீர் ஒன்றே,
அன்பே இல்லை கண்ணீர் எப்படி?

மூட நம்பிக்கை குறைந்தது
ஒரு முன்னேற்றம் என்றாள்
மற்றவர் மேல் நம்பிக்கை
அற்று போனது அதோ பரிதாபம்

நீ பெரிதா இல்லை நான்
பெரிதா என ஓடும் மானிடா
இறுதியில் நீ ஓடி சேரும் இடம்
ஒன்றுதான் அது சுடு காடு

சிரிக்க நேரம் இல்லை,
அழவோ அறவே பிடிக்கவில்லை
நீ அன்பும் காட்டவில்லை ,
இறுதியில் உன் கூட யாருமில்லை

அன்பு, நட்பு, காதல்,இன்று வெறும்
ஆடம்பரமாண வார்த்தைகள்
உண்மை யாருக்கும் உணமையான்
ஒரு உறவு இல்லை

இறப்புக்கும் பிறப்புக்கும்
இடையில் உள்ள குறுகிய காலம்
அதில் நாம் பணத்துக்கும் பகட்டுக்கும்
பகடகாயகிவிட்டோம்

சுயநலம்,போறாமை,போட்டி,பணம்,
போதை,காமம்,பேராசை நம்பிக்கைஇன்மை
இவற்றில் ஒரு பாதிபின்றி யாருமில்லை

நிம்மதியான உறக்கம்,இனொருவரை
கண்டால் அகம் மலர்தல்,
மனம்விட்டு சிரித்தல், மற்றவரை பாரட்டல்,
உன்னால் முடியுமா

தேய்பிறையாகவே இருக்கும்
மனித நேயம் ,வளர் பிறையாவது
ஒவ்வொருவர் கையிலும் உள்ளது
உன்னால் முடியும்

மனித நேயம் நம்முள்
மீண்டும் மலரணும்
அனைவரும் மனம்விட்டு சிரிக்கணும்
கண்கள் கண்ணீர் காணும்வரை...!

-கவி கவிஞன் இரா சதீஷ்குமார்

மனித நேயம் வளர்ப்போம்

பூமித்தாயின் உடலை
தோண்டி கூறுபோட
ஆரம்பித்த காலம் முதலாய்

மரங்கள் வெட்டி
பறவைகள் வீடுகள்
பறிக்கத் தொடங்கிய
நாட்களிலிருந்து
மனித நேயம் மாண்டு போனது !

முன்பின் அறியாதவர்
இளைப்பாறிச் செல்ல
திண்ணை வைத்து
இல்லம் அமைத்த காலம்
எங்கே போனது?

பறவைகள் அருந்த நீரும்
உண்ண உணவும்
கிண்ணத்தில் வைப்பதை விட
அவற்றின் இருப்பிடத்தை
மீட்டுக் கொடுப்போம் !

சாலை விபத்து அடைந்தோர்க்கு
உதவுவது போலவும்
நம்மால் விபத்து ஏற்படாமல்
கவனம் கொள்வோம் !

உணவற்றோர்க்கு கொடுப்பது
முறைதான் எனினும்
நம் உணவை வீணாக்காமல் காப்போம் !
நம் ஆரோக்கியம் சீர்பட பாதுகாப்போம்!

உடல் உறுப்புக்கள் தானம் செய்து
மாண்டபின்னும் வாழ்வோம் !
நம்மிடமிருந்தே ஆரம்பிக்கின்றன
நல்லவையும் அல்லவையும்
நம்மை காப்பதிலிருந்தே
மனித நேயம் ஆரம்பிக்கிறது
நம்முயிர் போன்றே
எவ்வுயிரும் நினைப்போம்
மனித நேயம் காப்போம் ! _

-க.சௌபர்ணியா

மனம் மட்டும் போதும்

மனம் அன்பால்
நிரம்பி இருந்தால் மனித நேயம்
உலகில் நிலைத்து நிற்கும்

இன்றும் மனிதநேயம்
பலரிடம் நிலைத்து வாழ்கிறது

கொரோனா காலகட்டத்தில்
நிதி அளித்து உதவிய
நல் உள்ளங்கள் பற்பல

ஒரு யாசகர்
இந்த பெருந்தொற்று
காலத்தில் பல லட்சங்களை
கொரோனா நிதிக்கு
வழங்கி உள்ளார்

வீரம் போன்று
ஈரமும் வேண்டும் வீரம் ,
ஈரம் இரு கண்கள் போல்
போற்றி காக்கப்பட வேண்டியவை

ஈரம் என்பது அன்பு
அன்பு ஒன்றே
இவ்வுலக வாழ்விற்கு அடிப்படை

அனைத்து செடி , கொடி
மிருகங்கள் என ஓரறிவு முதல்
ஆறறிவு வரை வரையறையின்றி
அன்பு பொழிவோம்...

அன்பால் இவ்வுலகை உள்ளோம்
அன்பால் இவ்வுலகில் வாழ்வோம்
அன்பு செய்ய மனம் மட்டும் போதும்
மனம் இருந்தால் மார்க்கம் உண்டு
மனிதநேயம் போற்றுவோம்!!!

-கவிச்செம்மல்.ஆ.நித்ய கல்யாணி

வளர்த்துவளர்வோம்!

ஈரம் கொண்டு புவியில் வந்து
மனிதன் என்று மதியைத் வளர்த்து
இருமூன்று அறிவும் இளகிய மனமும்
உரித்தாக்கிய உன்னதப் பிறப்பே...
உன்னிடம் உதவி வேண்டி வந்தவர்க்கு
முகமலர்ச்சியோடு மனதிலிருந்து
இயன்றவை ஈந்து... இன்றோடு மறந்து,
விசுவாச லாபம் நஞ்சென் றரிந்து
மனத்தால் விரிந்து, குணத்தால் உயர்ந்து
இவ்வுலகில் மனித நேயம் வளர்ப்போமாக...!

- சந்தியா முரளிதரன்

அன்பின் மாற்றுரு மலரட்டும்

நெஞ்சத்தில் பிறப்பெடுக்கும்
அன்பின் மாற்றுருக்கள்
மலரட்டும் மனிதநேயமாய்,,,
மனிதனுக்குள் ஆயிரமாயிரமாய்..!!!

சொந்த மனிதர்களை
நேசிக்க மறந்ததால்..,
சொந்த மண்ணிலேயே
அந்நியராய் உணர்கிறோம்..!!!

காலில்பட்ட அடிக்கு கலங்கின கண்கள்..,
கலங்கும் மனங்களுக்கு
ஆறுதலாய் நீயிரு..!!!

மனிதனை நேசிப்பவன்
தெய்வமாகிறானாம்..,
மனிதநேயத்தைத் தூண்டி ஒளிரவிடு..!!!

தெய்வமாக வேண்டாம்-குறைந்தபட்சம்
இருக்கும்வரை மனிதர்களாக இருப்போம்
"மனிதநேயத்தோடு...,,,
" மனிதன் மானிடனுக்கு உதவுவதே
மனிதநேயம்...!!!

-கவிஞர் பாரதி பாஸ்கி

சுவர்களும் பாலங்களும்

மனிதன் தான் மனிதம் மறந்தானா...
விலங்குகளாய் மாறித் திரிந்தானா....

சுவர்கள் பல கட்டினான்...
நிலத்தில் மட்டும் அல்ல மனதினில் கூட....

வேலிப் போட்டு மறைத்தான்
இடத்தை மட்டும் அல்ல நற்குணத்தையும் தான் ..

சுவர்கள் மற்றும் கட்டவில்லை---
மனிதன் பாலங்களும் கட்டினான்

ஊர்களை இணைப்பதற்கு மட்டும் அல்ல
பாசத்தை திணிப்பதற்கும் தான்...

மனிதம் இன்றும் மாறவில்லை
மனதின் ஈரமும் காயவில்லை

-ஸ்ரீராம்பாபு

தேவைதான் பேரிடர்

மனிதமும் மனிதநேயமும்....
ஏன் பேரிடர் காலத்தில் மட்டும்
காட்டப்படுகிறது என்று தெரியவில்லை.
ஒருவேளை..
இவையெல்லாம் புரியவைப்பதற்காக
தான் பேரழிவை
இறைவன் படைத்தானோ என்னவோ.
எதுவாக இருப்பினும்
எப்போதும் மனிதத்தையும்
மனிதநேயத்தையும் மலர்செய்வோம்
வன்முறையற்ற வளமான சமுதாயத்தை
உருவாக்குவோம்

- பாக்யா சிவக்குமார்.

மனிதநேயத்தை காப்போம்..!

வாழ்க்கை என்பது ஒருமுறை..!
வாழ்த்த வேண்டும் பல தலைமுறை..!
ஆம்...,
ஏழையென்பதால் ஏளனமாய்ப் பார்த்து..!
பணக்காரன் என்பதால் பந்தாவாக பார்த்து..!
அடுத்தவன் வாழ்வை கெடுப்பது
அழகென்று நினைத்து..!
அன்பு செலுத்துவதை அடியோடு மறுத்து..!
தீமைகளை யெல்லாம் தினந்தினம் செய்து..!
நன்மை செய்வதுபோல் நித்தமும் நடித்து..!
மனித நேயத்தையோ சிறிதளவும் மதிக்காதிருந்து..!
தன்னைத்தானே சீர்குலைத்து..!
சமூத்தையும் சீர்குலைக்கும் சில
வீண்மனிதர்களே..,
உங்கள் செயல்களை மாற்றி செவ்வனே வாழ்ந்தால்..,
நம் சமூகத்தை மாற்றி மனிதம் போற்றி...!
மனிதநேயத்தை காத்து வாழ்விடலாமே....! *

- நெல்லை சதிஸ்.*

மனிதன் மாறிவிட்டான்

மனிதா என்ன
செய்கிறாய் இப்பூவுலகில்?

வேலைக்கு செல்வோர்
சடலமாக இரத்த
வெள்ளத்தில் மிதப்பது ஏன்?

ஓடியாடி விளையாடிய
சிறுவர்கள் கையில்
ஆயுதமேந்தியது ஏன் ?

ஆயிரம் கோடிக்கு
ஆயுதங்கள் வாங்கித்தான்
நாட்டைக் காப்பாற்ற
வேண்டுமா மனிதா?

உன் ஆளுமையை
அடுத்த நாட்டில் அணு
ஆயுதம் போட்டுதான் சோதிப்பாயா?

எதிரில் இருப்பது
ஓர் உயிர் என அறியாது
சதைக்காக ஏன்
அவர்களை சிதைக்கிறாய்

அன்பினால் அன்று
சிரித்து பேசி மகிழ்தவன்
நீ அலைபேசியில் ஸ்டேட்டஸ்
போட்டு மகிழ்கிறாய்

அடுத்தவரின் கண்ணீரை
துடைத்துப் பழகு

அன்பைவிட இவ்வுலகில்
பேராயுதம் வேறில்லை

அனைவரிடமும் அன்பு காட்டு
மலரட்டும் மனிதநேயம்

-மு.பெருமாள்

அகமது விழி இதுவே

" துவண்டதொரு நெஞ்சம் துடிய லாதொரு
தூண்டுதலே துணை யாகும் "

அகமது விழிகொண்டு,
முகமது களிகொண்டு,
செருயது சினமடுத்து,
செவியது தடம்பதித்து,
செவ்வாயது திரம்விழித்து,
சென்றோருக்கு திணைவிடுத்து,
செயலது கொள்ளும் மூன்றோரை,
முழுகணம் துதிப்போமே!!!..

- சக்திவேல் மாரியப்பன்

காப்போம் மனித நேயம்!!
ஒழிப்போம் மிருகத்தனம்!!!

மனிதனே மிருகமாக மாறும் ஞாலம் இது..
மிருகம் மனிதனாக நடக்கும் காலம் இது..
கால்களில் சக்கரம் கட்டிவிட்டு ஓடினாலும்..
பணத்தை வங்கியில் கட்டிவிட்டு தேடினாலும்..
எங்குமே கிடைக்காத பொக்கிஷம் நிம்மதி!!
அது இல்லை என்றால் என்னாகும் நம் கதி?!
பாசமோ நேசமோ.. நட்போ உறவோ..
சொந்தமோ பந்தமோ.. உள்ளமோ உயிரோ..
எல்லாவற்றையும் ஒன்றாக இணைக்கும் பாலம்?!
மனிதநேயம் - அதைத் தான் தேடுது இந்தக் காலம்!!
அநியாயம் செய்து பிறரைக் கண்ணீர் விட
வைப்பது மிருகத்தன்மை!
நியாயம் செய்து பிறரை ஆனந்தக் கண்ணீர் விட
வைப்பது - மனிதத்தன்மை!

நம் எல்லோரையும் மனிதனாக அடையாளப்படுத்துவது
பாசம்!
அது இல்லை என்றால் கலைந்துவிடும் நம் அனைவரின்
வேஷம்!!
மனிதத்தன்மை - அனைவரிடமும் காட்டும் பாசம்!
மிருகத்தன்மை - அனைவரையும் ஆக்கும் நாசம்!!
மனிதன், உறவுகளின் மதிப்பை மறக்கும் இக்காலத்தில்..
அவன் பிற உயிர்களை அழிக்க நினைக்கும் இஞ்ஞாலத்தில்..

எங்கு தேடினாலும் கிடைக்காத பாசம்..
நம் எல்லோருக்கும் கிடைத்த பொக்கிஷம்!
பாசமும் நேசமும் கலந்தது தான் மனிதத்தன்மை..
இதை நம் குழந்தைகளுக்கு கற்று தந்து
ஒழிப்போம் மிருகத்தன்மை!
வெறுப்பும் மனக்கசப்பும் இல்லாத
உலகத்தை உருவாக்குவோம்!
மனிதநேயத்தை மலரச் செய்து, அதை மேலும்
திடமாக்குவோம்!
மலரச் செய்வோம் மனிதநேயத்தை இந்த காலத்திலே!!
வளரச் செய்வோம் பாசத்தை இந்த ஞாலத்திலே!!

-வி. அபிஷா

இயற்கையின் படைப்பே மனிதன்.

சிட்டுக் குருவியில் துவங்கி
செல்லப் பிராணிகள் வரை.
அதன்இனத்திலிருந்து பிரித்து
கூண்டில் அடைக்கின்றோம்..!!
இதுமனிதன் காட்டும்நேயமென
கர்ஜிக்கின்றோம்..!!!
அன்பனைத்தையும் அள்ளித் தந்தவளை?
அனாதை இல்லத்திற்கு
தாரை வார்க்கிறோம்..!!
சுமை தாங்கும் பூமா தேவியை,
வேதிப்பொருள் நாடி துளையிடுகின்றோம்..!!
பிறக்காத பிள்ளைக்கு ஏங்கும் தாய்க்கு
அன்பளிபாய் அழைச்சொல் மலடி???
சிப்பிக்குள் முத்தாக,
சிற்பியின்-சிந்தனைக்கேற்ற
சிலையாக எவ்வுயிரிடத்தும்
குறைவில்லா-அன்பை நிறைமனதுடன்
காட்டுவதன்றோ மனித நேயம்..!!!

- மாலதி ராமதாஸ்

மனங்களில் மலரட்டுமே மனித நேயமாண்பு

மனங்களே உங்களின்
உள்ளங்கள் உன்னதமாகட்டும்
உலகவாழ்வை உண்மையில் வாழட்டும்
வாழ்கின்ற வாழ்வை அன்பு
பண்பு பாசம் என்ற அடிப்படையில்
அழகாக வாழ்ந்திடுவோம்
அடுத்தடுத்து கலவரத்தைத் தடுப்போம்
கலகலப்பாய்வாழ்வோம் சண்டை கொண்டு
இங்கேவாழ இதயமில்லையோ
உங்களுக்கு சச்சரவின்றி வாழ்வோம்
சமரசத்தை பெறுவோம்
பொக்கிசமான அன்பின் வழி
நடக்க அருள் புரிவோம்

இந்தப் பூமியே சொர்க்கபூமியாக
சுற்றத்தைகல காத்து,
மனித மனங்களில்,மனித நேயத்தை
மலர வைப்போம்

மாசில்லா வாழ்வை வாழ்ந்த
மட்டற்ற மகிழ்ச்சிகொள்வோம்
மலரவைப்போம் நேசங்களை
மகிழவைப்போம்
இதயங்களை மலரட்டடுமே மனித நேயமே

-முனைவர் கவி சு.நாகவள்ளி

மனிதத்தின் சாரல்

கொடும் பிணியாம் கொரோனாவில்
கிருமிநாசினியோடு
உன் நினைவுகளின் சாரலும்
தெளிக்கப்பட்டது.

மனிதருள்ளும் மறைந்திருக்கும் நீ
பொந்தில் மறையும் அணில் போலத்
தலைத் தூக்கிப் பார்க்கிறாய்!

ஒரு வெல்லமோ! ஒரு சுனாமியோ!
ஒரு புயலோ! வர வேண்டுமா?
உன்னை மீட்க.

அள்ளிக் கொடுப்பவன்
கர்ணனாயிருக்கட்டும்,
கிள்ளிக் கொடுப்பவன்
கஞ்சனாயும் இருக்கட்டும்,
மனிதமே! உன் ஆதரவால்
மனிதருள்ளும் நன்னெறி பிறக்கட்டும்.

மனிதனே! உன் மடத்தன்மையால்
மனிதத்திட்கு சமாதியோ?

இனம் காத்து இன்புற,
இடர் தீர்த்து தெளிவுற,
இம்மையிலும் மறுமையிலும்
மனிதத்தை மறவாதே!

எஞ்சியவன் ஒருவனாகட்டும்,
மிஞ்சியது ஒரு பருக்கையாகட்டும்,
கிட்டியது துளி நேரமாகட்டும்,
எட்டியதே உன் அளவாய் இருக்கட்டும்,

மனமார வாழ்ந்திடு!
மனிதத்தையும் வாழவிடு!

-தே.ஷாரிகா

எது மனிதம்

விபத்தில் அடிப்பட்டு
விழுந்தவனின் குருதியில்....
சாதி பாராமல்....
மதம் பாராமல்.....
இனம் பாராமல்....
மொழி பாராமல்....
நிறம் பாராமல்....
வழக்கு பதிவாகி விடுமோ என்று
அஞ்சாமல்....
அவசர ஊர்தி வரும் வரை
காத்திராமல்....
கைகளால் அள்ளியணைத்து
தூக்கிக் கொண்டு ஓடுவதில்
துளிர் விடுகிறது மனிதநேயம்!!!

பேருந்தில் பயணிக்கும்
சக பயணி சில்லறை
எடுத்து வர மறந்து பதறுகையில்....
அவனுக்காய் பயணச் சீட்டு எடுக்க
உன் கைகள் முந்துவதில்
முளைக்கிறது மனிதநேயம்....

குழந்தைப் பெறா மலடி என்று
சமூகம் பெயர் சூட்டிய மங்கை....
உன் குழந்தையை
அள்ளியணைத்து கொஞ்சுகையில்...
வெடுக்கென்று குழந்தையைப்
பறிக்காமல் அவள் ஏக்கத்தில் பங்கு
கொள்வதில் பூக்கிறது மனிதநேயம்.....

பேருந்து பயணத்தில்
வயது முதிர்ந்தவர்களுக்கு
எழுந்து நின்று
உன் இருக்கையைப் பகிர்கையில்
பளிச்சிடுகிறது மனித நேயம்....

உன் வீட்டு மச்சியில்
குருவி கட்டிய கூட்டினை
நீ கலைக்க மறுப்பதில்
மலர்கிறது மனித நேயம்....

வறுமையில் வாடும் வழிப்போக்கன்
பசியால் கதவு தட்டும் பொழுது
வீட்டில் ஆள் இல்லை
என்று மறுமொழிக்காமல்
முகமறியா அவனுக்கு
வயிராற உணவு கொடுக்கையில்
வளர்கிறது மனித நேயம்....

வாடிய பயிரைக் கண்ட போதெல்லாம்
வாடிய வள்ளலார் பிறந்த
புண்ணிய பூமி இது....

இங்கு கலவரங்கள் எதற்கு??
கண்ணீர்த் துளிகள் எதற்கு??
தீண்டாமை எதற்கு??
தீவிரவாதம் எதற்கு??
எதற்கும் வன்முறை தீர்வாகா....

மனம் ஒன்றிணைவோம்....
அன்பினை விதைப்போம்....
பண்பினைப் பகிர்வோம்....

மனிதம் மலரட்டும் .....
மனிதநேயம் தழைக்கட்டும்....

-முனைவர் மு. துர்கா தேவி

புல்லின் தாகம்

கல்லறை ஓரம் பூத்த பூக்கள் என்ன
வரம் வாங்கியதோ நான் அறியேன் ;
கைகள் தீண்டாது அதை ஆனால்
தேனிக்கள் முத்தம் இடும்..

மனிதர் பலரின் வாழ்க்கை இங்கு
மாபெரும் மலை ஒன்றின்
நிழல் போலவே உள்ளது ;
தரையை கூட தொடாத அந்த நிழலில்
பல எறும்புகள் வரிசை கட்டி
வெயிலில் ஏமாறுகிறார்கள்..

மழை வரும் முன்னே வீசும் தென்றலில்
குளிர் காயும் மனிதனுக்கு ;
என்றும் புரியும் என்று தெரியவில்லை
காய்ந்த புல்லின் தாகம்..

கண்ணாடி ஒன்று உடைந்தால் கையை
கிழிக்கும் என்று கூறும் மானிடன் இடையில் ;
மனிதநேயம் என்னும் உடைந்த
கண்ணாடியில் தெரியும் ஓர் பிம்பத்தை
எவ்வாறு காண்பேனோ..

-Balaji M

சாதி வேண்டாம்

வெறுத்து ஒதுக்கும் கேள்வி ஒன்றை
கருத்தாய் தகர்த்து எறியவேண்டும்...
கல்வியில் மதிப்பெண்கள் மட்டுமே
வேறுபடட்டும்
கலாச்சாரமும் சாதியும் வேண்டாம்...
தாயானவள் உணவைப் போல்
உள்ளத்திலும் ஊட்டட்டும் சாதிகள் இல்லையென...
சுவாசிக்கும் காற்றிலுமில்லை சுற்றும்
பூமியிலுமில்லை மனிதரில் மட்டுமே உண்டு...
கையில் புரளும் காகிதம் சாதி நோக்கினால்
பெருங்கூட்டமே பிச்சையாண்டிதான்...
பெய்யும் மழை சாதி நோக்கினால்
வயிறனைத்தும் வறட்சி கண்டுவிடும்...
காகிதமும் மழையும் பார்க்காத சாதியை
கழிசடை மனிதன் பார்ப்பதேன்?...
நுகரும் வாசனையில் பார்க்காத
சாதியை நோக்கும் பார்வையில் பார்ப்பதேன்?...
ஆணுக்கு பெண்ணும் பெண்ணுக்கு
ஆணென்பதே இயற்கை இதிலெங்குள்ளது சாதி!...
இருக்கும் போது தொடவில்லை
இறந்தபின் தொட்டுவிட்டான் உம்சாதியும் மாண்டதா?...
ஏற்றம் தாழ்வு இதுவும் வாழ்க்கைதான்
இறந்தபின் உனக்கும் சுடுகாடுதான்...

- வெ.நந்தகிருஷ்ணா

அறம் செய்ய பழகு

இல்லாதவர்களுக்கு கொடுப்பவர்களை விட
இறைவனுக்கு கொடுபவர்களே அதிகம்...

மனித நினைவில் கொள் இறைவன்
யாரிடமும் எதையும் கேட்பதில்லை என்று....

பேருந்து நிலையத்தில் முகம் தெரியாத
நபர் கேட்கும் முகவரிக்கு முகம் சுளிக்காமல்
கூறும் வார்த்தையில் உள்ளது மனிதாபிமானம்....

வாடிய முகம் கொண்ட மழலையை
பார்த்து அவளின் புன்னகையோடும்
பயணிப்பதில் உள்ளது மனிதாபிமானம்...

ஒரு நாள் மட்டும்தான் தன் வாழ்நாள்
என அறிந்து புன்னகையுடன் மலரும்
பூக்களை பறிக்காமலும்
நம் உயர் காக்க உதவும் மரங்களுக்கு
தண்ணீர் ஊற்றி வளர்ப்பதில் உள்ளது
அறம் சார்ந்த மனிதாபிமானம்...

துன்பத்தில் உள்ள உள்ளத்திற்கு நாம்
கூறும் ஆறுதலில் உள்ளது மனிதாபிமானம்

திருநங்கையினரை சக மனிதராக பார்க்கும்
பார்வையில் உள்ளது மனிதாபிமானம்...

வெயில் என்று பாராமலும் மிதிவண்டியோ
அல்லது தலையில் சுமையை தாங்கி வி
யாபாரம் செய்யும் மனிதரிடம் விலை பேசாமல்
வாங்கி செல்லும் நிம்மதியில் உள்ளது மனிதாபிமானம்....

மனிதா நாம் செல்லும் பாதையில்
மனிதாபிமானம் என்னும் விதையை
விதைத்து கொண்டே செல்லுவோம்...
மனிதனாக வாழ்வதை விட
மனிதாபிமானத்தோடு வாழ்வதே
மகத்தான வாழ்வு மனிதா....
...மலரட்டும் மனிதநேயம்...

- ரேவதி பால்மாணிக்கம்

வன்முறை கெட அன்பு வழி நட

அன்பினால் தானே இந்த/
புவியும் சுழல்கிறது!/
வன்முறையை கைவிட்டு/
வாழதான் பழக வேண்டும்!/
சண்டையேதும் இல்லாமல் சந்தோசமாய் வாழ/
அன்பு வழி நடக்க வேண்டும்!/
சாதியால் பிரிவு ஏற்படாமல் சமத்துவத்தோடு வாழ/
அன்பு வழி நடக்க வேண்டும்!/
மதத்தினால் பேதம் இல்லாமல் மனிதத்தோடு வாழ/
அன்பு வழி நடக்க வேண்டும்!/
தீமைக்கு துணைபுரியாமல்/
அன்பு வழி நடக்க வேண்டும்!/
நன்மை தலைத்தூக்க/
அன்பு வழி நடக்க வேண்டும்!/
அன்பு வழி சென்றாலே/
வன்முறையும் கெட்டிடுமே!/
அதனால் இந்த உலகம் சகலமும் பெற்றிடுமே!/

- தமிழ்மகன் ப.சிவபிரகதீஷ்

மனிதநேயம் காப்போம்

சில்லறை மட்டுமே சிதறி கிடக்க
வேண்டும் நம் உணர்வுகள் அல்ல
எழுந்து வா நண்பா
ஏழைகளின் வயிற்றில் அடிப்பவன் இருக்கும் இக்காலத்தில்
ஏழைகளின் பசியை போக்க ஒன்றிணைவோம்
அன்போடு வள்ளலாரும் தெரசாவும் உளவிய
இந்த உலகில் மனிதநேயம் வாழ வழி செய்வோம்
எழுந்து வா நண்பா!!!

- த. அருணா

மனிதம் அறிவாய் மனிதா!!

மனிதநேயம் வேண்டும் வாழ்வில்
மனிதா உன்னிடம்!!
ஐயறிவிற்கும் ஆறறிவின் மேல்
மனிதம் இருந்திடும்!!
கருணை என்னும் பொருளில்
வாழ்வது மனிதநேயமே!!
அன்பானோர் மனதில் உண்டு மனிதநேயமே!!

காற்றை தரும் மரங்களுக்கு
மனது இல்லையா?
காட்டில் வாழும் விலங்குகளும்
உயிர்கள் இல்லையா?
உந்தன் வயிறு பசிக்கும் போது
உன்னை நினைக்கிறாய்!!
உண்டால் போதும் நானென்று
மனிதம் மறக்கிறாய்!!!

உயர்ந்தோங்கிய மலையை பார்
கடனை மறுப்பதில்லை!!
அளவில் சிறிய ஏறும்பாப்பார்
ஓய்வு எடுப்பதில்லை!!

வாய்மை இல்லா ஜீவன்கள் தான்
மனிதனைத் தேடி வாரும்!!
உணவுப்பொருள் தர மறுத்தால்
மனிதம் இறந்து போகும்!!

வேதம் நான்கும் என்பதுதான்
மனித வாழ்க்கை என்றால்,
வேதம் என்னும் நூல்களிலே
மனிதநேயம் உண்டே!!
இதயம் பேசும் மொழிகள்
மனிதம் அல்லவா?
மனிதநேயம் கொண்டவர்தான்
மனிதன் அல்லவா!!

உனக்கும் எனக்கும் உறவு
மனிதம் தான் தம்பி!!
மனிதநேயம் உள்ளோரை
மறக்க வேண்டாம் தம்பி!!
உன்னால் என்ன முடியுமோ
அதை அள்ளிக் கொடுத்தல் நன்றே!!
கொடுக்க பெருகும்
மனிதநேயம் இன்றே!!

-சு. சிவனேஸ்வரன்

அன்பு ஒன்றே அருமருந்து

வன்முறை!
வன்முறை என்ற சொல் இங்கு முற்றிலும்
உண்மையாகி விட்டதே!
வன்முறையால் இன்று எவரும்
இல்லாத் தனிமையானதே!

வன்முறை கலவரங்களால் கனவுகள்
ஆசைகள் உழைப்புகள் எல்லாம் கலவர
நெருப்பிற்கு இரையானதே!
அழகான பூமி காணாமல் போனதே!

வன்முறையால் ஒருவன் வான்நோக்கியும்
செல்ல முடியாது! கலவரத்தால் ஒருவன்
கர்ம வீரர் ஆகிவிட முடியாது!!!

மனிதனே!
மனித வாழ்வில் ஏற்ற இறக்கங்கள்
நடப்பது வாடிக்கை தான்..
இதை தீர்மானிப்பது அன்பு என்ற
மந்திரம் மட்டுமே.!

இனம், மொழி அறியாது அன்பு..
சிறு புல்லில் கூட பூக்கலாம்..
பெரும் கல்லில் கூட பூக்கலாம்..
எங்கு வேண்டுமானாலும் பூக்கும்
அன்பு என்ற அற்புத மலர்கள்!

பூமிக்கு அழகு பூக்கள் மட்டுமல்ல
அன்பும் தான்! அன்பு மட்டும் இல்லை

என்றால் என்றோ அழிந்திருக்கும் இந்த
பூமி அன்பு ஒளிரும் இடத்தில்
இறைவனை பார்க்கலாம்..
இறைவன் உன் உருவிலும் தெரியலாம்
நீ அன்பு செய்தால்!

அன்பு என்ற அழகான ஆபரணத்தை அணிந்து கொள்!
உன் வாழ்க்கை அழகாகும்!
உன் பாதை தெளிவாகும்!
நாற்ப்புறமும் உன் அன்பின் ஆதிக்கமே
அன்பிற்க்கு அளவும் இல்லை
எல்லையும் இல்லை! அன்பு செய்!
உருவமில்லா அன்பிற்க்கு உன்
உருவம் மூலம் உயிர் கொடு
அன்பு ஒன்றே அருமருந்து!

-ர. ரமேஷ்

மனிதனாய் உணர்!

விலை மதிப்புள்ள நாய்களும்
பூனைகளும் மட்டும்
பஞ்சு மெத்தையில்!

வீடற்ற அந்நன்றி ஜீவன்களோ
பசிப்பட்டினியில்!

மதிப்புடைய பொருளுக்கு
மட்டும் இங்கு மரியாதை!

பொருளுக்கு மட்டுமின்றி அது
மனிதனுக்குமாகிவிட்டதே!

உயிரை உயிராய் மதிக்கும்
மனிதம் இன்று மண்ணோடு
மடிந்து மக்கிவிட்டது!

மனிதா உன்னை
மனிதனாய் முதல் உணர்!
மனிதநேயம் தானாய் மலரும்!

-காவியா செங்கொடி

எங்கே மனிதநேயம்

இலையுதிர் காலத்தில
மரங்களில் இருந்து
இலைகள் உதிரும்...
இப்படித்தா உதிர்ந்து போகுது
இன்னைக்கி மனிதநேயமும்..!
வானம் பார்த்த பூமியா...
வறண்டு போகுது... மனிதநேயம்..!
பாலைவனத்தில தண்ணீரை
தேடுற மாறி இருக்குது
இன்னைக்கி மனிதநேயம்..!

போதையால புத்தியை இழக்கிறா...
காம இச்சையால
கண்ணியத்தை இழக்கிறா,
பகட்டுக்காக பண்பாட்டை இழக்கிறா,
பணத்தாசையால நல்ல உறவுகளை இழக்கிறா....
ஜாதி வெறியில கொலை செய்யவும்
துணிஞ்சிட்டான் இன்னைக்கி...

பொறப்புக்கு இறப்புக்கு
இடையில இயந்திரமா
சுத்திக்கிட்டு இருக்கே இன்னைக்கி
மனுசனோட வாழ்க்கை..!
யாருக்கு இந்த ஓட்டம்,
எதுக்கு இந்த தேடல்..?
புன்னகைங்கிறது புதைஞ்சு போச்சு,
இனி என்ன இருக்குது
அழிக்கவும் சிதைக்கவும்..
இதில எங்கே இருக்குது மனிதநேயம்..?
வருங்கால சந்ததிகளுக்கு நாம
எதை கொடுக்க போறோ..?

-கவியருவி பா.சரவணன்

மீட்டெடு மனிதா

புதைந்து விட்டாய் நீயும்
பேராசை என்னும் பள்ளத்தில்
மீண்டு வர கடினமே _ உன்னை
மீட்டு வரவேண்டுமே

மனிதம் அழிய _ மனிதன் இல்லா
ஆக வேண்டுமே
மனிதம் வாழ்கிறதென வந்து போகும்
இயற்கை சீற்றங்கள் திரையிட்டு காட்டுமே

தவறென தெரிந்தால் தட்டிக்கேள்
ஆயுதத்தால் அல்ல_ அறவழியில்
கேட்க நாதி இல்லை என்றே
நாளுக்கு நாள் குற்றங்கள் கூட
உன் குரலால் மனிதனும் மனிதமும்
மீட்கப்படுமே

உனக்கு போக மீதம் இருந்தால்
வறியோனுக்கும் உணவிடு

உன் மனிதத்தினை எதிர்பார்த்து
ஐந்தறிவு ஜீவன்களும் உண்டு

உன் வார்த்தைகள் தேவைபட்டால்
அதையும் கொடு
அன்பில் சரணடைந்த பின்
பேராசைகள் ஏது?

வலைத்தளங்களில் மனிதம் பேசி
பயனேதும் உண்டோ
அருகில் உள்ளோர் அழுகுரல் காணாது

பணத்தின் மதிப்பு படிப்பிக்கும் முன்
மனிதத்தை படிப்பி_ மனிதா
மனிதம் மட்டுமே அவனை
மனிதனாய் மாற்றுமே

இருப்பதை கொண்டு வாழ்
இல்லானையும் வாழ வை இழந்ததை அல்ல
உன்னுள் இருப்பதை மீட்டெடு
மனிதம் உன்னையும் வாழ வைக்கும் _

-Maryam Ahamed Jeelani sikkander

துன்பத்தில் துளிர்விட்ட மனிதநேயம்

பாலைவனத்தின் கானல் நீரைப் போல்
அங்கும் இங்கும் தோன்றி மறைகிறது
மார்கழி மாதத்து மழைப் போல்
அதிசயமாய் என்றோ ஒருநாள் சாரல் அடிக்கிறது

பகட்டு வாழ்க்கைக்கு ஆசைப்பட்டு
பகடை ஆக்கப்பட்டது மனிதநேயம்
சாதி மதம் மீது பற்று கொண்டு
சுடுகாட்டில் புதைக்கப்பட்டது மனிதநேயம்

செல்லரித்துப் போன மனிதநேயம்
கரைபுரண்டோடிய வெள்ளத்தில் துளிர் விடுகிறது
வேர் அற்று நின்ற மனிதநேயம்
கொரோனா காலத்தில் வேரூன்றுகிறது

கிழக்கு திசையை மறந்த மனிதநேயம்
துன்பத்திலும் துயரத்திலும் விடியலை கண்டது
ஒழிந்த காடாய் மாறிய மனிதநேயம்
வறுமையிலும் வேதனையிலும் ஓங்கி உயர்ந்து நின்றது

சாதிகளை உடைத்து சாப்பாடு போட்ட கைகள்
மதங்களை புதைத்து மருந்து அளித்த கைகள்
மொழிகளை மறந்து முன் வந்த கைகள்
இனங்களை இழந்து ஒன்றாக இணைந்த கைகள்

மனிதா விழித்தெழு மனிதம் விதைத்திடு
பண்பை நிலமாக்கி அன்பை விதையாக்கி
பாசத்தை நீராக்கி உதவிமானப்பான்மை உரமாக்கி
மனிதத்தரம் வளரட்டும் மனிதநேயம் மலரட்டும்

-நந்தினி

மனிதம்

தேடலின் பாதையில்
மனிதம் எங்கும்
தொலையவில்லை கொஞ்சம்
மறைந்தே கிடக்குது

வலைத்தளங்களில்
மட்டுமின்றி நாம்
கடந்துவரும் பாதையிலும்
நடுவோம் மனிதத்தை

கிளையாய் பிரிந்தாலும்
மரம் ஒன்றுதான்
மதமாய் பிரிந்தாலும்
மனிதம் ஒன்றுதான்

கொள்ளை நோயொன்று
முகக்கவசம் கொண்டு
கொள்ளையனாய் வேடமணிவித்தது
கொள்ளையடிக்கும் மனிதனை

ஊரடங்கிய காலம்
கால் வயிற்றுக்கும் கஞ்சில்லை
ஆனாலும் குழந்தை
பூனைக்கு பால்வைக்க மறந்ததில்லை

சாலை எங்கும்
சாலை மறியல்
செய்யுது கொரோனா
உயிர் பயத்தில் பலர்
பிறஉயிர் நினைத்து சிலர்
சாலையோர நாய்களுக்கும்
உணவளிக்க சில உயிர்கள்

சிதறிய பருக்கையும்
சிற்றெறும்புக்கு உணவாகுது
மனிதம்தொலையா மாானுடம்
இன்னும் வாழுது

பூவிற்கு மட்டுமா சொந்தம்
பூங்காவிற்கும்தான் சொந்தம் தென்றல் !
மனிதனுக்கு மட்டுமா சொந்தம்
எல்லா உயிர்களுக்கும்தான் சொந்தம் பூமி !

- மணிராஜ். பா

மனிதநேயம் வளர்திடு

வன்முறைக்கெல்லாம்
விடுமுறை தந்து
சுதந்திரமாய் பிறப்பெடுப்போம்
வா தோழா...

சிந்தும் கண்ணீர் துளி எல்லாம்
தொலைந்து போகட்டும்
மண்ணுக்குள் மழை துளியாய்...

புத்தகத்தில் உயர்ந்த நிலை
வறுமையில் குனிந்த நிலை
இதுதான் விவசாயின் இழிவுநிலை,
எழுத்தளவில் உயர்ந்தவனை
வாழ்வளவில் உயர்த்தி வைப்போம்..

பெட்டைநாய் குட்டிகள்
ரோட்டில் கிடக்கும்
பள்ளிக்கு போகும் வேளையில்
பாதி சோற்றை மிச்சம் வைப்போம்...

ஜாதிகள் இல்லையடி பாப்பா
என்று கற்று தந்த
பள்ளிக்கூடங்களிலே,
ஜாதி சான்றிதழ் கேட்பதை
மாற்றி வைப்போம்

வம்பால் சுற்றிய பூமி
இனி அன்பால் விளையட்டுமடா சாமி..

மலரட்டும் மனிதநேயம்
மிரலட்டும் வன்முறை நோயும்...

- கவிஞர் கவின்குமார்...

மறைந்திருக்கும் மனிதம்

தன்னிடம் இருக்கும் பொருட்களை
இல்லாதவர்களுக்கும் கொடுத்து வாழ்வதில்
மலர்ந்திருக்கிறது மாசற்ற மனிதம்.
மனிதர்களுக்கு மட்டுமே இவ்வுலகம்
என்றில்லாமல் பிற உயிரினங்களையும்
சக உயிர்களாய் மதித்து வாழ்வதில்
நிறைந்திருக்கிறது மனிதம்.

முன்பின் தெரியாத மனிதர்களுக்கு
எந்தவித எதிர்பார்ப்புமின்றி உதவிச் செய்வதில்
நிறைந்திருக்கிறது மனிதம்.

குற்றம் உள்ள மனதினை மாய்த்து
சூழ்ச்சிகள் நிறைந்த குணத்தினைக் கொன்று
சுற்றுத்துடன் கூடி வாழும்
அன்பினில் மறைந்திருக்கிறது மனிதம்.

கலவரமான இவ்வுலகில் கண்ணீருக்கு
விடைகொடுத்து இன்பக்கடலில்
கவலைகளைக் கரைத்து
அமைதியுடன் வாழ்வதிலுள்ளது மனிதம்.

பேணிக்காத்த பெற்றவரை
இறுதிவரையில் பேணிக்காப்பதே மனிதம்.
பிறர் வலிகளைக் கேட்டு
தம் விழிகளில் வடியும் கண்ணீரில்
மறைந்திருக்கிறது மனிதம்.
மனம் உள்ளவன் மனிதனாகிறான்
இரக்கம் உள்ளவன் இறைவனாகிறான்.

- உயிர்த்தெழு நதியா

மனிதம் வெல்லட்டும்

மனிதம் மட்டும் வெல்லட்டும்
மதங்கள் யாவும் மன்னில் மங்கட்டும்
சாதி என்ற சாக்கடை ஒழியட்டும்
சமத்துவம் மட்டும் மலரட்டும் பி
ரிவினைகள் பிரிந்து போகட்டும்
பிற உயிர்களை மதிக்கும் எண்ணம் நிலைக்கடும்
தீமை இங்கே தீயில் கருகட்டும்
நன்மை என்றும் சுடர்விட்டு எறியட்டும்
சுயநலத்தை மனிதன் மறக்கட்டும்
பிறர் நலம் கொஞ்சம் வளரட்டும்
யுத்தங்கள் ஓயட்டும்
அமைதி எங்கும் நிலவட்டும்

இயந்திர வாழ்வில் மனிதம் கொண்டு
இனைந்திடுவோம்
இனம் மறந்து இனங்கி இன்பமாய்
வாழ்திடுவோம்

-V.S KAARTHIKVEL

மனிதம் உணர்கையில்!

குலத்தாலும் இடத்தாலும் வேறுபடினும்
குணத்தாலும் இனத்தாலும் ஒன்றுதானே
மனிதம் என்று உணர்கையில்

படிப்பாலும் பதவியாலும் வேறுபடினும்
பண்பும் பரிவும் தேவை தானே
மனிதம் என்று உணர்கையில்

ஆசையாலும் ஆதிக்கத்தாலும்
வேறுபடினும்
அன்பும் அரவணைப்பும் அடிப்படை தானே
மனிதம் என்று உணர்கையில்

மாற்றாரும் மானிடனென்று
உணர்ந்துபார் உணர்வுள்ள
உயிரினமென்று உணர்ந்துபார்
உள்ளமும் உயர்ந்து உம்மை கொண்டாடும்
நித்தமும் நிம்மதி உம்கரம் சேரும்

-சி.பவித்ரா

இனி ஒரு விதி செய்வோம்!

கல்லுக்குள் உள்ள ஈரம்
மனித நெஞ்சுக்குள் இல்லையே!

சாதி! மதம்! என்று
பிரிந்து வாடும் நம்மால்
பெருமை பேசுவதைத் தவிர வேறு
என்ன செய்ய முடியும்?

ஊரை விற்று உலையில்
போட்டு கொள்ளும் நம்மால்
இறந்த பின் என்ன
கொண்டு செல்ல முடியும்!

பத்து தலைமுறைக்கு சொத்து
சேர்த்து வைக்கும் நம்மால்
ஆறடி குழியை தவிர
வேறு எங்கு உறங்க முடியும்!

எச்சில் கையால் உணவை
உதறாத நாம் இறந்த
மனிதனுக்கு பால்
ஊற்றுவதால் என்ன பயன்?

இனியாவது
ஒரு விதி செய்வோம்!
பாசத்தை பயிராக்கி!
நேசத்தை உரமாக்கி!
அன்பிலா மனதில் தெளிப்போம்!

முயற்சியென்னும் ஒளிப் பட்டு!
வெற்றி என்னும் இலக்கை அடைவோம்!

மனித மனங்கள்
நட்பு! உறவு! கருணை!
என்னும் கயிறுகளால் கட்டியே இருக்கட்டும்.

-பா.பிரியன்பாபு

மாண்புமிகு மனிதநேயம்

மனிதம் என்பது வார்த்தை அல்ல !!
மனிதம் என்பது மனதோடு கலந்த
ஓர் உணர்வு !!

ஒருவன் பண்பால் உயர்வு கொள்வதைவிட
மனிதனை அன்பு செய்யும் மனமே உயர்வு !!
இறைவனின் உறைவிடம் உள்ளது என்னிடம் !!
அவர் உன்னிலும் வாசம் செய்கிறார் !!
மனங்களில் புனிதஇடம் இதயம் !!
மனிதனின் உயர்ந்த குணம் மனிதநேயம் !!
காதலுக்காக கண்ணீர் விடாதீர்கள் !!

புனித மனிதனின் மனங்களுக்காக கண்ணீர் விடுங்கள் !!
இளைஞனின் உயிரை திறக்கும் சாவியை !!
இருளில் ஓர் அதிசய நிலவொளியே !!
பாரபட்சம் இல்லா மாண்புணர்வே !!
உயிருக்குள் இன்னோர் உயிராய் !!
உருவெடுக்கும் உணர்வே மனித நேயம் !!
நிலையற்ற வாழ்க்கையை நிறைவாய் மாற்றியது !!

மனித இனத்தின் புகழ் மனிதநேயமாய் ஓங்கியது !!
காரணம் அன்பு பாராட்டி, பாசத்தில்
கருணை கொண்டு, ஈகையை ஈந்து, உலகம் போற்ற
வாழ வழி செய்தது !!
மனிதர்களுக்குள் இருக்கும் மனிதநேய உணர்வே !!
நம்மை சுற்றி உள்ளவர்களையும், அனைத்தையும்
அன்பு செய்வோம் !! மனிதநேயத்தோடு !!

மனிதத்தை போற்றுவோம் !!
மனிதநேயத்தை வளர்ப்போம் !!

-திவ்ய தர்ஷினி ர

ஒத்தாசையும் ஒத்த காசும்

தொப்புள் கொடியை அறுக்கு போதே பாதி
பேரின் மனிதமும் அறுபட்டுவிடும் போலிருக்கு

என் நெஞ்சமும் கண்ணீர் வடிக்கிறது
பாமரன் அழுகும் போது கூட
ஒத்தாசையா மட்டும் தான் இருக்க முடியும்,
மாறாக ஒத்த காசுக் கூட குடுக்க முடியாது
என்னால் நானும் பாமரன் தானே!!

அவனுக்கு வலி அதிகம் இருக்கிறது,
அதைப் போக்க என்னிடம் வழி ஒன்றே
ஒன்று தான் இருக்கிறது

இன்னும் என் நெஞ்சில் ஈரத்தோடு
வாழும் அந்த மனிதம்

-P.Rithika

மனித நேயம்

மலர்களும் மயங்குமுன்
மயக்கும் மணத்தினை
தென்றலோடு வசந்த வாசலுக்கு
வழிகாட்டி விட்டே
வாடி மறுநிலைக்கே மாறிப்போக

மனிதப்பிறவி எடுத்த
மாண்புமிகு மானிட நண்பா
மனங்கசங்கி மருகியே
அருகிலிருக்கும் அன்பனுக்கு
இன்முகம் காட்டி எப்போது
ஆறுதல் சொல்ல முதலடி எடுக்கப் போகிறாய்

அன்பிற்குமுண்டோ அடைக்கும் தாள்
அவனியில் வாழ உனக்குள்ள உரிமை
உற்ற எதிரிக்கும் உண்டல்லவோ

ஆயிரம் பூக்கள்
நந்தவனத்திலே பூக்கட்டும்
ஆனந்தம் எங்கும் நிலவட்டும்
ஆள வந்த நாம் மனித நேயத்தோடு
ஒருவர் ஒருவரை அன்பு செய்தே
உலகை உன்னதமாக்கிடுவோம்

மதங்களை மனிதம் மதிக்கட்டும்
இதயத்தை ஒன்றாக இணைக்கட்டும்
உதயங்களை காணத் துடிக்கட்டும்
அஸ்தமனங்களை விரட்டி அடிக்கட்டும்

ஜாதிய இனப்பிரிவுகள் ஒளியட்டும்
ஜனனம் என்றும் மனிதமாக இருக்கட்டும்
வேற்றுமைகள் இங்கேயும் மறையட்டும்
மனித நேயங்கள் மட்டும் மனதோடு வாழட்டும்

மனிதர்கள் தோற்றுப்போகலாம்
மனிதம் என்றுமே தோற்றுப்போகுமோ?
வாருங்கள் மனம் வளர்ப்போம் மனிதநேயம்
பெருகும் மனம் வளர்ப்போம் ...

-கவிமணி இரஜகை நிலவன்

நாயும் நானும்

மாலை நேரத்தில் சாலை ஓரத்தில்
மயங்கி கிடந்தான் மனிதன் ஒருவன்
தயங்கி சென்று அருகில் பார்த்தேன்
சாராய நாற்றம் சற்றும் இல்லை
சட்டைப் பையில் பணமும் இல்லை
சட்டை செய்யாமல் கண்டும் காணாமல்
நகர்ந்து சென்றனர் நகர வாசிகள்
அவர் அருகில் ஒரு நாய் அனைவர் கவனத்தை
ஈர்க்க வேண்டுமென அநாதையாக
குரைத்துக் கொண்டு இருந்தது
ஆறறிவு உயிர் தொலைத்த மனிதத்தை
ஐந்தறிவு நாய் கைப்பற்றிக் கொண்டது
நாய் குரைத்துக் காட்டிய மனிதத்தை
நானும் பங்கு போட்டுக் கொண்டேன்
உணவு பொட்டலமும் தண்ணீர் குவளையும்
மயங்கி கிடந்தவரின் மயக்கம் தெளிவித்து
தயங்கி நின்றவரிடம் திணித்து வந்தேன்
படம் பார்க்க வைத்திருந்த பணம்
பயனுள்ளபடி பயன்படுத்தியதாக
எண்ணக் களிப்பு மனிதம் பற்றிய ஒரு படம்
மனதில் ஓட நடந்து சென்றேன்
குரைக்கின்ற சத்தம் திரும்பி பார்த்தேன்
அங்கே கண்ட அதே நாய்
வாலாட்டியபடி வந்தது என் பின்னால்
ஆறறிவு மனிதர்கள் அஃறிணை ஆனார்கள்
ஐந்தறிவு நாயொன்று உயர்திணை ஆனது
நானும் நாயும் நண்பர்களாகி நின்றோம்

-**இராகுல் கலையரசன்**

நேசமும் துளிர்விடுமே!

சினேகமாக பேசி மகிழ
தகுதி என்ன பார்ப்பதற்கு?

உதவிக்கரம் நீட்டி உதவ
தராதரம் என்ன நோக்குவதற்கு?

கைக்குலுக்கி உறவுபூக்க
வகை எங்கே பிரிப்பதற்கு?

அன்பாக ஆதரவுகூற
வேறுபாடு யார் ஆராய்வதற்கு?

மண்மேல மனிதன்வாழ,
என்ன பொருட்டு ஏற்றத்தாழ்விற்கு?

தினம்தினமும் கடந்து செல்லும்
ஆயிரம் உயிர்கள் மத்தியில்
கனிவான ஓர்பார்வை,
சில்லென புன்னகைத்துளி,
பணிவான அணுகுமுறை
என மாறினால் போதுமே!
அகிலமும் மாறுமே!
மனிதமும் மலருமே!
நேசமும் துளிர்விடுமே!

-மாயாதி

உயரட்டும் மனிதம்

எத்தகு வறுமை
வரினும் எறும்புக்கூட்டம்
தன் கூட்டத்தினைப்
பட்டினியில் பாடுபட
அறவே விடுவதில்லை !

அத்தனை வேகமாய்
ஓடுகையிலும் தன்
இனத்தாரிடம் பேசிச்செல்லும் !

இத்தகைய எறும்பிற்கே
இத்தனை ஈகை
இருக்கையில் ஆறறிவு
கொண்ட மனிதா
உன் மனமிரங்கி
எளியோர்க்கு உதவட்டும் !

உன் வீட்டு விழாக்களில்
வறியவரின் வயிறுகள் நிரம்பி
மனமும் முகமும் புன்னகைப் பூக்கட்டும் !

உனது வளத்தின் சிறுபங்கேனும்
ஏழைப் பிள்ளைகளின்
கல்வி வளமாய் மாறட்டும் !

மனிதநேயம் உன் மனதில்
மலர்ந்து உன் நற்செயல்களால்
உன் உருவம் பிறர் மனங்களில் உயரட்டும் !
உன் வாழ்வு செழிக்கட்டும் !

-ச.த. ரேணுகா

மனிதத்துவம்

தீண்டாமை இன்றி வாழ்ந்தும்....
நாடி வருபவர்களை மதித்தும்....
ஜீவராசிகளின் பசி தீர்த்தும்....
புகழிற்காக நடிப்பது போல் அல்லாமல் ...
பிறர் குணம் அறிந்து உதவுதலும், உபசரிப்பதும்.....
நன்மை தீமை எவர் கூறினும்
மதித்து நடப்பதுமே மனிதனேயம்....
இவ்வாறு கடந்து வந்த பாதையை
நாம் மறவாமல்....
பின் வரும் சந்ததியினர்க்கும்
மனித துவத்தை ஊட்டி வளர்ப்போம்!!!

-**A.NARMADHA**

மனிதரின் மனித நேயம்

உயிரின் மேல்
பல அச்சங்கள் இருப்பினும்
இயற்கையின் மீது
பார்வையில்லாத மனித நேயம்.

உயிர் காக்க
இரத்த சொந்தத்தின் இறுதி சடங்கில்
பங்கு பெறாத
கல் நெஞ்சம் கொண்ட மனிதநேயம்.

ஏக்கம் கொண்டாலும்
தயங்கி நின்றாலும்
கை ஏந்தினாலும்
மனம் இறங்காத மனித நேயம்.

ஆயிரம் உதவினாலும்
ஆயிரம் செய்தாலும்
நாட்கள் செல்ல
உதவியை மறப்பது நம் மனித நேயம்.

-மு.ஹர்ஷினி

எங்கே மனிதநேயம்

இலையுதிர் காலத்தில் மரங்களில்
இருந்து இலைகள் உதிரும்..

அப்படித்தான் உதிர்ந்து
கொண்டிருக்கின்றது
இன்றைய மனிதநேயமும்..

வானம் பார்த்த பூமியாய் வரண்டு
கொண்டிருக்கிறது மனிதநேயம்..

பாலைவனத்தில் நீரைத் தேடுவது போல்
இருக்கிறது இன்றைய மனித நேயம்...

பிறப்புக்கும் இறப்புக்கும் இடையில் இயந்திரமாய்
சுழன்றுகொண்டிருக்கிறது மனித வாழ்க்கை

நவீன மயமாக்கல் என்ற பெயரில்
இயற்கையும் சீண்ட ஆரம்பித்துவிட்டான்..

இருகரம் கூப்பி வழங்குவதை விட
ஒரு கரம் நீட்டி உதவுவது சிறந்தது..

இனி என்ன இருக்கிறது அளிக்கவும்.. சிதைக்கவும்..
இதில் எங்கே இருக்கிறது மனிதநேயம்...

மரமாய் வாழ்ந்தது போதும் இனிமேலாவது
மனிதராய் வாழ்வோம்..

மனம் என்னும் தோட்டத்தில்..
மனித நேயம் மலரட்டும்..

-அபினேஷ்

மனிதம் காக்கும் மனிதநேயம்...

இன்னும் சாயம் போகாத
மனிதனிடத்தில் இருக்கிறது
மாயம் இல்லா மனித நேயம்..
தனக்கு மிஞ்சியதை
பஞ்சமில்லாமல் தருவது...
கஞ்சிக்கு இல்லாதவரை
காணும்போது
கருணையை கொடுப்பது..
இயலாமல் இருப்பவர்களுக்கு
இயன்றதை கொடுப்பது
கைமாறு எதிர்பார்க்காமல்
நம் கை மாதிரி நினைத்து உதவுதல்...
இரக்கமும் ஈகையும் கொண்டு...
செய்யும் தொண்டு...
இதயத்தை திறந்து தேவையில்
உள்ளோருக்கு செய்யும் சேவை மனிதநேயம்..
திருப்பித்தர இயலாதவர்களுக்கு
நம் திருப்திக்கு.. தருவது..
கடனுக்காக..
அல்லாமல் கடவுளுக்காக
தருவதுதான் மறுப்பதற்கில்லா மனிதநேயம்...
கொடுக்க பொருளில்லை என்றாலும்..
எவருக்கும் தீங்கு நினையாத
உள்ளத்தில் கூட உறைந்திருக்கும் மனிதநேயம்...

-ஜோ.கோபிநாத் சேலம்

மனிதநேயம் தேடல்...

பெண் குழந்தை பிறப்பதை சாபமாய் எண்ணி,
கள்ளிப்பால் ஊற்றி கொன்ற மனிதநேயம்!
வேற்று சாதியினரின் பச்சிளம்பிள்ளை நாவரண்ட போது,
நீரளிக்க மறந்த மனிதநேயம்!
ஆண்பிள்ளை, பெண்பிள்ளை
வேறுபாடுகளை உணவிலும், உணர்த்தும் மனித நேயம்!
போராட்டங்கள் பல கண்டும்,
வேற்றுமைகளை தினந்தோறும் உணர்த்தும் மனிதநேயம்,
தன் பிள்ளை மற்ற பிரிவு நண்பனை அழைத்து வரும்போது,
வீட்டினில் அனுமதி மறுத்த மனிதநேயம்!
நாடு, கடல், மலை, கண்டம்
தாண்டி பிறக்கும் காதலை,
சாதியின் பெயரில் பிரித்தாளும் மனிதநேயம்!
காதலித்த தன் பிள்ளையை சாதியின்
வெறியால் தானே கொன்றுதீர்த்த மனிதநேயம்!
தன்துணை நாடி வந்த மனைவியை, அடிமையாகவும்,
வேலைக்காரியாகவும் நடத்தும் மனிதநேயம்!
தன்னை பெற்றெடுத்த பெற்றோரை,
தன் தேவைமுடிந்தப்பின் தெருவில்
நிறுத்தும் மனிதநேயம்!

-ஜெயஸ்ரீ சுப்ரமணியன்.

கலங்கரை விளக்கம் போல்!!

வேதம் பதிந்த மழலையின் காதில்..
பூ ஹஜ்வாய் மலர்ந்திட,
நிறம் பார்க்க மறந்திடு!
நிழல் போல் குணம் கொள்!
விழி பார்த்து கதைத்திடு!
பொய்யில் வளரும் உறவை கைவிடு!
போரில் மாய்ந்தவனின்
இனம் என்றே கர்வம் கொள்!
காலம் பல கடந்தாலும்
கடந்த பாதை மறந்திடாதே!
துயர் என்று வந்தால் வஞ்சம்
பொழிந்திடாதே!
ஏழை என்றே ஒதுங்கி நடக்காதே!
பணம் என்றே மதி இழந்திடாதே!
நக்கீரன் போல் நேர்மையின் சிகரமாகிடு!
எவர் எதிர்த்தாலும் உண்மையில் நடந்திடு!
புன்னகையில் மணம் வீசிடு!
உயர்ந்து நிற்கும்
கலங்கரை விளக்கம் போல்
அனைவரிடமும் அன்பு பொழிந்திடு!
என்றே ஓதப்பட்ட போதனை!!..

-மயூரம்

மாற்றம் பிறக்கட்டும்

அவசரம் வேண்டாம்....
ஆவேசம் வேண்டாம்....
வன்முறை வேண்டாம்.....
வாள்வீச்சு வேண்டாம்....
துப்பாக்கிகள் துப்பும்
எச்சங்கள் வேண்டாம்.....
அணுகுண்டு வீச்சின்
அச்சங்கள் வேண்டாம்...
யுத்தம் செய்ய வேண்டாம்....
ரத்தம் சிந்த வேண்டாம்.....
கண்ணீர் வேண்டாம்...
காயங்கள் வேண்டாம்....
கோபம் வேண்டாம்.....
கொலைகள் வேண்டாம்.....
இனம், மொழி, மதம், சாதி
என வேறுபாடு வேண்டாம்.......

எண்ணங்களில் வீண் பாகுபாடு வேண்டாம்........
தீவிரவாதம் வேண்டாம்.....
அமைதியை அழிக்க வேண்டாம்.....
மழலைகள் விளையாடும் சோலைவனம்.....
தாக்குதலால் பாலைவனம்"ஆக வேண்டாம்....
பூமித்தாயை நசுக்க வேண்டாம்.....
பெற்ற பிள்ளையை பலிகொடுக்க வேண்டாம்........
கடவுள் பெயரில் கலவரம் வேண்டாம்....
அனைவரும் நம்மவர்.....
அனைத்தும் நம்முடையது...
எல்லாம் பொதுவானது....
எல்லாருக்கும் உரிமையானது....

அகிம்சையால் அனைத்தையும் மாற்றிடு.....
மாற்றம் பிறக்கட்டும்....
இன்னும் பிறக்காத தலைமுறைக்காக .....
மலரட்டும் மனிதநேயம்......

- சு. கோகிலா

மனிதனின் நேயம்

யாருக்கில்லை மனித நேயம்...
மனிதனாய் பிறந்த ஒருவனுக்கும்
அன்பும்... நேயமும்.. இருக்கத்தான் செய்கிறது...
இதில் சிலர் எல்லாரிடமும் மனித நேயத்துடன்...
சிலர் தனக்கு பிரியமானவர்களிடம்...
பலர் யாரிடமும் இல்லை...
பிராமணர்... பறையர்...
என்ற சாதி மொழி ஒழியட்டும்...
இந்து... மூஸ்லீம்... என்ற மதமொழி ஒழியட்டும்...
பாடையில் செல்பவனுக்குக் கூட
பாசப்பிணைப்பு வேண்டும்...
மரணம் தொடும் வரை மனித நேயத்துடன் பயணிப்போம்...
மனித மொழியோடு உரையாட முனைவோம்...
அது எந்தன் தமிழ் மொழி என்ற சிறு அகந்தையில்...

- சரண்யா தேவி குமரவேல்

மனிதமென்னும் மந்திரம்

எல்லாம் வல்ல இறைவன்
படைத்தான் இவ்வுலகை
அர்த்தமுள்ளதாக்க கொடுத்தான்
மனிதநேயத்தை..
கண்ணுக்குப் புலப்படும்
மனிதநேயத்தை விட,
தொலைத்து விட்டு தேடித்திரிகிறோம்..,
மனிதநேயத்தை..!!

பொதுவாய் உணர்வாய்
கனிவாய் மனமே
மனிதம் உணர்தம்
கணிதம் தவறாது என..

உடைந்த இதயங்களாய் உடைக்கப்படும்
இதயங்கள் தான் இங்கே அதிகம்..
இதுவா மனிதநேயம்..?!
விடியும் பொழுதே மடியும்
இதயங்கள் ஏராளம் அர்த்தமில்லா சச்சரவுகளால்..
இதுவா மனிதநேயம்.?!

உடைந்த இதயமெனினும்
உருப்படியாய் வாழ வேண்டும்
என்றெண்ணுவதே மனிதநேயம் ;
ஒவ்வொரு விடியலையும் தேடலுடன்
தொடங்குவதே மனிதநேயம் ;
எவர் இதயத்தையும் நொறுக்காமல்...!!

இதை வாசிக்கும் இனிய
மானுட மனமே தமக்கு ஓர் கேள்வி.., "
மனிதர்களாக வாழ்கிறோம்;
உண்மையில் மனிதம் வாழ்கிறதா..?
" இவ்வினாவிற்கான விடை தேடுவதும்..,
இவ்வினாவிற்கு விடையாய் அமைவதும்...
இக்கவிதையை வாசிக்கும்
தம்மிடமே விட்டுவிடுகிறேன்...
மலரட்டும் மனிதம்..
ஓங்கட்டும் மனிதம்..
வெல்லட்டும் மனிதம்.. ..
வாழ்க வளமுடன் ..

- Kesavarthini Kalaiselvi

முகமூடியில்லா நான்

அன்பு அனைவருக்கும் தேவையான ஒன்று
கிடைக்காமல் ஏங்கும் உயிர்கள் பல..!
முடிந்தவரை அன்பை பகிர்வோம் -அன்பால்
மாற்ற முடிந்தே உலகே இது..!
பிறர் சிரிக்க நாம் காரணமாய் இருப்போம்
நம் சிரிப்பு பரிசாய் கிடைக்கும் உலகிடமிருந்து..!
பிறர் உணர்வை மதிக்க கற்றுக் கொள்வோம்
உடைக்கப்படுவது அவ்வளவு எளிதல்ல !அல்லவா?
நேசங்கள் தொடர்ந்தபடி பாதையை நகர்த்துவோம்
பயணம் அழகாய் மாறும் என்பதில் ஐயமில்லை..!
மனதால் யாரையும் புண்படுத்த வேண்டாம்
கருவியை விட வார்த்தைக்கு வலிமை கூடத்தான்..!
பாதை, முடிவு வரை நீடிக்கும் என்றால் மட்டும்
உரையாடல் துவங்கப்படட்டும் ஆரம்பத்தில்
விலகுவதற்கும் –உரையாடல்
நீண்ட பின் விலகுவற்கும் வித்தியாசம் அதிகம்..!
உணவுகளை பகிர்ந்து வாழ்வோம் -நமக்கு
அதிகமாய் இருப்பது பலருக்கு அத்தியாவசியமாய் கூட
இருக்கலாம்..!
பிறருக்காக வாழும் வாழ்க்கை என்றுமே
இரசனையின் உச்சமே..!
உண்மையான அன்பை பகிர்வோம்..!!

-நர்மதா.சு

சாதி மதமில்லா சமூகம் !

நோயாளியாக படித்திருக்கும் போது,
உதிரம் தேவைப்படும் போது,
எங்க செல்கிறது உன் சாதி,
மதம் என்ற உன் போர்வை?
மனிதனே, எழுந்திரு உடைத்து விடு,
பிறரை ஒதிக்கிடும் அனைத்து வேலிகளையும்....
அல்லாஹ், யேசு, பிரம்மன் என
எவரும் சாதி, குளம் பார்த்து
குழந்தைகளை வரமாக கொடுப்பதில்லை
கள்ளம், கபடம் இல்லாத குழந்தைகள் மனதில்,
தீட்டு என்ற முல்லை வளர்த்திடாதே!!
அன்பினை உன் பலவீனம் ஆக்கிவிடு,
உதவி செய்வதில் வள்ளவனாய் மாறிவிடு!!!
விட்டு விடு உன் பிடிவாதத்தை,
இருந்து விடு மனிதநேயத்தோடு ஆயுள் முடியும் வரை!

-Lopamudra Panda

குழந்தையின் மனிதநேயம்

ஊரடங்கு காலத்தில் அனைவரும்
அமைதியாய் தனிமையில் வாழ்ந்தோம்.
கடைகள் அனைத்தும் அடைக்கப்பட்டது.
அத்தியாவசியம் கூட அதிசயமாய் கிடைத்தது.
தெருக்கள் எல்லாம் வெறிச்சோடியது.
அனைவரும் பசியில் வாடினார்.
எப்போது இது முடியும் தெரியாமல்,
அங்கே ஒரு குழந்தை குவளையில்
பால் வைத்து ஒரு பூனைக்கு
பசியினை போக்கி,
தன் பசியை மறந்தபோது தெரிந்தது
குழந்தையின் மனிதநேயம்...

-சதிஷ்

வாழட்டும் மனிதம்

மனிதன்...
அவன் அஃறிணை உயிர் மேல்
கொண்ட பாசம்...
எவரென்று அறியாத ஒருவர் மேல்
காட்டும் பரிவு...
ஒருவரின் ஆபத்து காலத்தில்
உதவ நினைக்கும் உள்ளம்..
மானுட நெஞ்சம் அது மகிழ்ந்திருக்க...
"மனிதநேயம்" என்பதே ஒரே மருந்து ..
அன்பால் இணைந்திருப்போம்...
மனிதத்தால் இறந்தும் உயிர்வாழ்வோம்..!!

- கவிதை தமிழச்சி

அன்பால் வெல்வோம் !!!

அகிலத்தில் வாழ்கின்ற காலம் வரை...
அன்பால் இணைந்திருப்போம்..

நம்மால் இயன்ற வரை
தானம் செய்வோம்!!!

எதுவும் இப்பிரபஞ்சத்தில் நிரந்தரம் இல்லை..
உதவி செய்ய எதுவும் இல்லை என்று எண்ணம் கொள்ள
வேண்டாம் ...

எண்ணற்ற நட்சத்திரம் கூட
ஒரு நாள் மறைந்து தான் அகிலத்தில் தலைநிமிர்கின்றது!-
அது போன்று ...

உதவி செய்யும் உள்ளம் இருந்தாலே போதும் !!
உலகையே வெல்ல முடியும்...

உன்னால் முடிந்த பொருளை கொடுத்து
மகிழ்விப்பதே சிறந்ததிலும் சிறந்த செயல்!!!

அன்பும் அமைதியும் கொண்டு அகிலத்தை தானம் செய்து
வெல்வோம்!!!

அன்பு கொண்டு உதவி செய்து
உயிர்களை காப்போம்!!!

அன்பால் அகிலத்தை வெல்வோம்!!"

-செ.சினேகா

மனிதம் நிரம்பட்டும்..

கலியுக பேய்களாய் சிலர் கனவுகளை
sகலைத்திடும் நெஞ்சிடத்தேயும்..
கொத்தடிமை கூலிகளாய் குழந்தைகளை
பணியமர்த்தி அவர் செந்நீர் குருதி
குடித்திடுவோர் நெஞ்சிடதேயும் ..
பெற்றோரை முதுமையில் அவர் நெஞ்சில்
மிதித்து வீதி தள்ளும் பிள்ளைகளிடதேயும் ..
அனாதை இல்லத்தில் சிறு குழந்தைகளை தூக்கி எறிந்த
இரக்கமற்ற பெற்றோர்களிடையே யும் ..
பெண்மை புசிக்க துடித்திடும் சில சாத்தான்களிடதேயும்...
பொதுவுடமை சுரண்டி,தன்னுடமையாக்கிடும்
புளுகளிடத்தேயும்..
கண்களில் கருணை துளைத்து வீதியில் நடமாடும்
இரக்கமற்ற இரும்பு கரத்திடதிலும்..
மலராத மனிதம் மலர்ந்திட ,சற்று
மனிதம் நிரப்பிவிடு இறைவா..

-பூவை செல்வா.

www.ingramcontent.com/pod-product-compliance
Lightning Source LLC
LaVergne TN
LVHW040336171026
850499LV00046B/2102
* 9 7 8 9 3 9 1 4 2 3 2 2 3 *